MEN TÌNH

MEN TÌNH
Thơ **Thanh Trước**
Dàn trang: **Nguyễn Thành**
Bìa: **Nguyễn Thành**
Nhân Ảnh Xuất Bản **2020**
ISBN: 9781989924891
Copyright © 2020 by TT. Thanh Truoc

Thơ
THANH TRƯỚC

MEN TÌNH

**NHÀ XUẤT BẢN
NHÂN ẢNH**
2020

MEN TÌNH
Trần Thị Hồng Châu

Để được làm con Người, thì tất thảy chúng ta bắt buộc phải ôm một khối hỉ, nộ, ái, ố. Khối này ta gọi chung là KHỐI TÌNH.

Khối tình này là khối phát ra cảm hứng, tạo nên muôn nghìn cung bậc cảm xúc. Nó lúc nặng, lúc nhẹ, lúc cao, lúc thấp, lúc dính hơn keo, khi rời như cát... và đôi khi u tối như đêm ba mươi, có lúc lại ngời ngời tỏa sáng hơn trăng rằm. Khối này là chính ta, là sự sống của ta, là tinh túy hồn ta…

Khối tình mà ngủ yên trong ta sẽ làm thân ta chán nản, bệnh hoạn. Đời sống trong vũ trụ sẽ vô cùng tẻ nhạt, không sức sống… phải đánh thức nó, làm cho nó bừng tỉnh để cho nó quẫy đạp, gào thét, hay dỗ dành để nó dịu dàng, nín lặng, đằm thắm, mặn mà và đôi lúc cũng lại phải là lơi, ướt át… để cho trong cõi nhân gian tình người đến với tình người. Để cho tâm hồn thoát ra, bay lên khỏi cái ngục tù trong ta. Cho ta thành tình nhân, thành tình thơ, thành tình nhạc…

Chất để kích thích, để đẩy, để lôi cuốn cái tình trong ta, trong bạn bật tung ra, bay lên… Nhà thơ Thanh Trước gọi một cách vô cùng đáng yêu là MEN TÌNH. Thứ men mà các văn nhân, thi sĩ luôn đi tìm, luôn muốn có.

MEN TÌNH gồm hơn 100 bài thơ là những cảm xúc vô cùng chân thật của nhà thơ Thanh Trước trong quá trình vật vã đi tìm cho mình một thứ men tình. MEN TÌNH này, nó đã thực sự quyến rũ tôi, làm tôi say và tôi bị cám dỗ đến ghiền.

Vì trong men tình của nữ sĩ có đủ vị đắng, cay, chua, chát... của sự nếm trải đời…

Nhấp cạn men cay nuốt ngậm ngùi
Đêm tàn dỗ mộng cố tìm vui
Sương tan trống điểm hồn ai lạc
Phải gót người xa giữa tuyết vùi...?

(Mộng lạc)

Hay:

Cạn chung... men đắng tình trao
Uống cho vơi hết niềm đau miệt mài
….

(Cạn chung)

Có niềm khát khao hương nồng đôi lứa, có

nỗi mong chờ ấm một vòng tay...
*Khát khao hơi ấm nụ hôn
Ru tình ngọt đỉnh Vu sơn lãng bồng
(Người say)
Men nồng... ấp ủ hồn côi
Khát vòng tay ấm bờ môi đợi chờ
(Men nồng)*
Có say, có đắm cái tình thế tục. Có phiêu có lãng cái tình thiên nhai. Có tỉnh tỉnh mê mê cõi mộng liêu trai...
*... Từ đêm hồn lạc non ngàn
Nụ yêu hé mở mộng tràn giấc xuân
Ngọt thơm hơi ấm thật gần
Trinh nguyên hờ hững... nhẹ lần vực mơ...
(Từ)*
MEN TÌNH còn có cả niềm đau, nỗi thất vọng cho nhân tình thế thái nhưng không có sự chán chường chen vô đó. Mà tất cả đều được Thanh Trước nhào trộn làm cho MEN TÌNH thêm hương sắc:
*Chuốc chén men cay lạc mộng thường
Quên đời mặn đắng nỗi sầu vương*
Hay
*Nâng chung Diệp Trúc Thanh hòa lệ
Cất tiếng cười vang ngạo thế trường
(Ngạo)*
Mỗi khi MEN TÌNH trỗi dậy, nhà thơ Thanh Trước đã sử dụng đủ thể loại thơ để thể hiện cảm

xúc của mình. Những bài thơ với câu từ súc tích, ngắn gọn vẫn tròn tình, tròn nghĩa. Hình ảnh ẩn dụ mà người đọc lại dễ hiểu, dễ gần… và quan trọng ở MEN TÌNH cho ta hiểu sâu hơn về tâm hồn người thi sĩ với đời và với chính bản thân mình.

Lãng tử miên man giấc mộng hồng
Quên đời mặn đắng cõi sầu đông
Liêu trai... ảo thật... nào vương bận
Chuốc chén đầy vơi dạ ấm nồng

Quẳng gánh ưu phiền nếm cuộc say
Âu lo khổ não há phơi bày
Công danh lợi lộc ai tường tỏ
Cuối nẻo đường trần tay trắng tay
...
(Lạc mơ)

Đọc một hơi hết cả tập bản thảo, cái hương vị của đời chua chua chát chát, đắng đắng cay cay... cái hương vị da thịt lâng lâng, đắm đuối, nồng nồng da diết tình người… cả cái hương vị của trời ảo ảo phiêu phiêu... trong MEN TÌNH đã đủ đô làm tôi ngây ngây, say say… không thể diễn tả hết nổi.

MEN TÌNH thực sự là một tập thơ hay xin giới thiệu đến bạn đọc.

Dresden 01/10/2019
HT - Trần Thị Hồng Châu

Hình tác giả

NGHE...

Nghe những tàn phai
Lăn dài trên má
Lệ sầu xối xả
Tim đá chơ vơ

Nghe những đợi chờ
Cơn mơ vụt tắt
Nỗi đau quyện chặt
Quay quắt ngậm ngùi

Nghe những cuộc vui
Chôn vùi năm tháng
Nhạt nhoà dĩ vãng
Tựa áng mây trôi

Nghe những rã rời
Chơi vơi hụt hẫng
Đêm dài trống vắng
Giọt đắng trào tuôn...

29.04.2018

TÓC MÂY

Tóc mây...
sợi rối bềnh bồng
Đưa anh vào giấc mộng thường ngất ngây
Hương tình theo gió bay bay
Ngọt hôn ánh mắt đắm say tim khờ

Xuân nồng
dệt những nụ mơ
Hoa treo cành biếc hững hờ bướm ong
Hạ... ve ru khúc nhạc lòng
Lá xanh chồi thắm môi hồng đượm vương

Chiều Thu
lá rụng ven đường
Em hong tóc rối buồn thương ngỡ ngàng
Lạnh lùng tuyết phủ Đông sang
Gió lùa song vắng ngổn ngang dạ sầu

Lạc trôi mộng ước ban đầu
Nắng chiều len lỏi phai màu... Tóc mây!

01.05.2018

LẠC HỒN

Thương yêu đọng vướng khổ cho đời
Sóng vỗ xô bờ quyến luyến hơi
Bướm quyện cành lan trao vạn ái
Ong vờn nhánh điệp gởi bao lời
Liêu trai suối mộng tình vừa tỏ
Nguyệt cảnh non bồng sắc vội phơi
Tỉnh giấc hồng trần tâm ngớ ngẩn
Hồn say lịm ngất chút hương vời.

05.05.2018

TÚY CA

Nhấp chén men cay quẳng muộn phiền
Môi tràn giọt đắng trí ngu ngơ
Sao khuya lấp lánh như mời gọi
Nguyệt xế lung linh tựa đón chờ
Rượu cạn tình lơi sầu vương vít
Thơ vơi ý tận ái phai mờ
Liêu xiêu bóng ngả đèn khuya rọi
Lạng quạng chân về phố vắng trơ.

08.05.2018

TAN TÁC

Đập tan nhớ
Vỡ hồn mơ
Chơi vơi chìm giấc mộng hờ
Lạc loài dấu ái mịt mờ hương yêu

Xóa hiu quạnh
Mảnh tình côi
Men nồng còn đượm khóe môi
Lời xưa thệ ước dạt trôi biển đời

Vùi tươi trẻ
Kẻ ra đi
Nắng mưa phai nhạt xuân thì
Trăng soi lầu vắng đậm ghi câu nguyền

Chôn miền hứa
Nửa vần thơ
Tim sầu đứt đoạn cung tơ
Đàn rơi phím vỡ dại khờ câu ca...

12.05.2018

BẠC PHIÊU

Túi thơ bầu rượu lãng du
Quên bao phiền muộn phù du kiếp đời
Vui cùng sóng biếc trùng khơi
Lạc say nỗi nhớ cuối trời bạc phiêu....

19.05.2018

NẮNG

Nắng nhạt chiều hoang lạnh
Sầu cô quạnh hồn đơn
Bâng khuâng mắt dỗi hờn
Nhẹ mơn làn tóc rối

Nắng lơ thơ vài sợi
Vươn tay với giọt tình
Mong đợi ánh bình minh
Chợt lung linh vụn vỡ

Nắng loang vùng nhung nhớ
Chân lạc ngõ buồn vây
Hờ hững khóe môi đầy
Chén men say ngọt đắng.

11.06.2018

MƯA

Mưa về trên những vần thơ
Lạc rơi khoé mắt nai tơ ngỡ ngàng
Kết nên từng sợi tơ vàng
Ru ai say giấc mộng hoang nửa vời

Mưa gieo hạt nhỏ xuống đời
Tiếng reo tí tách chơi vơi nhạc lòng
Dạt dào cung điệu mênh mông
Âm vang vọng giữa hư không cõi trần

Mưa sa nắng vội dừng chân
Hong tình trên đỉnh phù vân ngọt ngào
Gió đùa cỏ biếc lao xao
Ái ân vương đọng ướm bao phiến sầu

Mưa thương xót phận bể dâu
Chức Nữ đổ lệ trời Ngâu trút hờn
Đèn khuya hiu hắt phòng đơn
Men cay mặn đắng môi hôn lạc loài...

14.06.2018

ĐỐI ẨM

Độc ẩm cho vui giết sự đời?
Sao bằng bạn hữu xúm vào chơi
Trăng thanh gió mát mồi cùng rượu
Chén tạc chung thù uống với xơi
Đắng chát đầu môi không xót dạ
Chua cay miệng lưỡi chẳng than trời
Cười đùa cợt giỡn say sưa thỏa
Nhấp cạn ly này... sống thảnh thơi...

25.06.2018

MỘNG ĐÊM HÈ

Đêm hè lạnh gió từng cơn nhẹ thổi
Sao chợt nghe bão nổi tận đáy lòng
Vây quanh ta là khoảng vắng mênh mông
Đan hờ hững giữa trống không hiu quạnh

Đêm hè với muôn vì sao lấp lánh
Lạc loài rơi vương ánh mắt đợi chờ
Nửa vầng trăng đong sầu nhớ mộng mơ
Hòa sương khói giăng mờ chăn đệm cũ

Đêm hè vọng tiếng nhạc buồn ủ rũ
Thổn thức vang trong giấc ngủ chập chờn
Lơi vòng ôm... thèm ngọt nét môi hôn
Vùi hơi thở ngập hồn hoang rượi rã

Đêm hè thoảng hương yêu mềm cỏ lá
Mảnh ân tình xưa đã nhạt nhoà phai
Ngất men say mong tìm lại dấu hài
Cơn mê loạn... bóng ai về tròn mộng!

01.07.2018

SAY...

Say thơ
dệt những câu vần
Trắc Bằng say mộng
phù vân kết lời
Say tình
mơ ánh trăng vơi
Rượu say nâng chén
ta mời tri âm....

31.07.2018

TRÔNG

Trông người dệt mộng thắm tình thơ
Trông buổi tương giao chẳng cách bờ
Trông gió đưa duyên tròn ước hẹn
Trông mây kết tóc thỏa niềm chờ
Trông hoa hé nụ khoe đài biếc
Trông bướm vờn mầm tỏa cánh mơ
Trông nắng về hong ân ái đượm
Trông đời vẹn nghĩa rạng đường tơ.

29.09.2018

Hình tác giả chụp

CHÉN RƯỢU ÂN TÌNH THÊM QUYỆN MÃI
LY CAY ÁI NGHĨA VẸN ĐONG HOÀI
---oOo---

ĐONG ĐẦY

CHÉN cùng cạn đỉnh thỏa duyên mai
RƯỢU đắng tràn chung đượm thắm dài
ÂN dệt trần gian hoài vọng trải
TÌNH đan tục thế trọn mong cài
THÊM nồng vạn kiếp luôn bền chặt
QUYỆN thắm ngàn đời chẳng nhạt phai
MÃI trọn vòng tay ngời ước nguyện
LY CAY ÁI NGHĨA VẸN ĐONG HOÀI.

03.10.2018

TRẦN

Lạc bước chân hoang giữa cuộc trần
Vô thường cát bụi nẻo phù vân
Ân tình mấy độ vùi hư ảo
Ái nghĩa bao phen cuốn vũ vần
Chuốc chén người say đời khổ ải
Nâng bầu kẻ cạn kiếp trầm luân
Câu thơ chếnh choáng hoà men đắng
Nhạt nhẽo ru hờn xót phận thân.

Nhạt nhẽo ru hờn xót phận thân
Cô đơn quạnh quẽ tủi duyên phần
Tri âm cách biệt Xuân hoài ngóng
Bạn hữu xa vời Hạ mãi ngân
Niệm khúc ly bôi sầu nguyệt tận
Thương ca đoạn tuyệt não mây vần
Phù du thế tục ưu phiền quẳng
Lãng tử phong trần túi rượu cân...

15.10.2018

MEN SẦU

Người say
hồn lả men sầu
Câu thơ ảo não nát nhàu... tim côi
Đêm về trở giấc...
mộng trôi
Lạc bờ ân ái
chơi vơi sóng lòng

Heo may
nhẹ thoáng bên song
Lạnh chăn gối lẻ... sầu đong đầy sầu!
Trăng khuya
nhạt bóng phai màu
Chập chờn nỗi nhớ...
niềm đau... ngút ngàn!

17.10.2018

NHẠT

Vạt nắng chiều rơi thoáng ngại ngùng
Bên thềm ảo quyện ánh phù dung
Thu sang lấp ló ngoài song cửa
Lá úa vàng bay bước ngập ngừng

Thoảng gió heo may lạnh lẽo hồn
Ru tình viễn xứ mộng vùi chôn
Ngày qua phủ lấp đầu sương bạc
Khắc khoải đêm thâu tiếng vọng buồn

Phố vắng sầu rơi trải lối đường
Ưu tư trĩu nặng nỗi niềm vương
Vần thơ lạc lõng hoà men đắng
Cạn chén trần ai nhạt má hường...

18.10.2018

NGƯỜI SAY

Người say...
giọt đắng men nồng
Lãng du giữa chốn bụi hồng gió lay
Nợ trần nặng trĩu đôi tay
Khóc cười thân phận đắng cay kiếp đời

Người say...
một giấc mộng hời
Cô đơn trống vắng xanh ngời nỗi đau
Trăng tàn lạc lõng đêm thâu
Xót câu ân ái nụ sầu ngập dâng

Người say...
điệu khúc lỡ làng
Nhớ nhung đọng vương hồn hoang sóng cồn
Khát khao hơi ấm nụ hôn
Ru tình ngọt đỉnh Vu sơn lãng bồng...

19.10.2018

GIẤC TRẦN

Mộng về
dỗ giấc Liêu Trai
Hồn say ân ái
hương đài nguyên trinh
Mơ hoang
ánh nguyệt nghiêng đình
Lả lơi ngọt tiếng
ru tình đêm sương

Thềm yêu
lạc lối tơ vương
Cỏ êm suối biếc
gót hường nhẹ sa
Ngất ngây
cung ngọc dáng ngà
Quyện rơi tóc rối
gương nga vóc trần

Ru hồn
lãng tử vọng ngân
Khát bờ môi mọng
chín ngần hư vô
Đêm tàn...
nguyệt cảnh mơ hồ
Thiên Thai cõi mộng
xa mờ thế nhân...

20.10.2018

LẠC MƠ

Lãng tử miên man giấc mộng hồng
Quên đời mặn đắng cõi sầu đông
Liêu trai... ảo thật... nào vương bận
Chuốc chén đầy vơi dạ ấm nồng

Quẳng gánh ưu phiền nếm cuộc say
Âu lo khổ não há phơi bày
Công danh lợi lộc ai tường tỏ
Cuối nẻo dương trần tay trắng tay

Nốc cạn men cay... cạn chén sầu
Phù du cát bụi... sẽ về đâu
Trầm luân một kiếp nhân gian tạm
Thoảng chốc hơi sương nhuộm mái đầu

Lạc lối phong trần mưa ướt vai
Câu thơ rượi rã trải đêm dài
Đàn ngân điệu ái chừng xa vắng
Lãng tử mơ hoang giấc miệt mài...

26.10.2018

MEN NỒNG

Men nồng... chén cạn vùi quên
Ru say mộng vỡ nát trên phím ngà
Cung sầu phai điệu tình ca
Ái yêu rượi rã mắt nhoà lệ rơi

Men nồng... ấp ủ hồn côi
Khát vòng tay ấm bờ môi đợi chờ
Đêm sương giấc ngủ ơ thờ
Gót chân phiêu lãng người mơ tìm về

Men nồng... lạc cõi đam mê
Nhạt phai sắc úa lê thê kiếp trần
Thu tàn lá đổ bên sân
Vàng phơi mấy độ chạm ngần hư vô...

31.10.2018

MÃI VẸN

Mãi ước duyên trần đượm sắc hương
Mãi trao ý thắm ngọt môi hường
Mãi gìn hứa thệ tâm lưu luyến
Mãi khắc thề nguyền dạ vấn vương
Vẹn chữ ân tình tròn giấc Điệp
Vẹn từ ái nghĩa sánh Uyên ương
Vẹn câu kết tóc say hồn lạc
Vẹn khúc tơ loan thỏa mộng thường.

01.11.2018

RU...

Ru ta...
trọn giấc mộng thường
Ru tình trên những vấn vương kiếp người

Ru đời...
lạc bước trùng khơi
Ru say men cạn... rượu vơi... sầu đầy...

Ru câu...
cười khóc trả vay
Ru hờn thân phận tháng ngày bạc phiêu

Ru ai...
quạnh bóng đường chiều
Về đan ngõ mộng cuộc yêu lỡ làng...

06.11.2018

MỘNG LẠC

Tan tác hồn đau... lệ đọng ngời
Môi cười ngạo nghễ... thế nhân ơi
Xoá bao chua xót, chôn hờn tủi
Nợ tiếng bi ai giữa cuộc người
Nhấp cạn men cay nuốt ngậm ngùi
Đêm tàn dỗ mộng cố tìm vui
Sương tan trống điểm hồn ai lạc
Phải gót người xa giữa tuyết vùi...?!

08.11.2018

CẠN CHUNG

Cạn chung... men đắng tình trao
Uống cho vơi hết niềm đau miệt mài
Đêm rơi trống vắng lạc loài
Xót vừa nỗi nhớ trải dài hồn côi

Cạn chung... say bạn cùng tôi
Tri âm hoà điệu rượu bồi thơ ngâm
Đàn gieo điệu khúc thăng trầm
Sầu Tương đọng giọt ươm mầm hợp tan

Cạn chung... lệ xót dâng tràn
Ngẫm câu mặn đắng dối gian cuộc người
Mấy mươi năm một kiếp đời
Hư danh ảo vọng cũng vời xa bay

Cạn chung... nghiêng ngả trời mây
Cợt cười nhân thế đổi thay hững hờ
Vùi say mộng cảnh hoang mơ
Phù du cát bụi còn trơ phận đày...

25.11.2018

NGẠO

Chuốc chén men cay lạc mộng thường
Quên đời mặn đắng nỗi sầu vương
Lưu Linh kiếp tục thân mòn mỏi
Lãng tử phong trần tóc điểm sương
Hạ vãn mờ son môi héo lạnh
Thu xa nhạt phấn má phai hường
Nâng chung Diệp Trúc Thanh hòa lệ
Cất tiếng cười vang ngạo thế trường...

27.11.2018

KIỀU DUYÊN

Điệu đà
dáng ngọc thướt tha
Xinh xinh tà áo
gót ngà bạc phiêu
Lơ thơ
vài sợi nắng chiều
Rơi đùa phiến tóc mây Kiều nhẹ bay
Thả hồn
vào cõi mộng say
Thi nhân nhấp chén
men cay rượu nồng
Vườn yêu
suối ngọt tình đong
Ngân hoà cung phím đượm hồng sắc duyên...

30.11.2018

TỪ

Từ đêm tóc rũ hương đời
Thoảng câu ân ái dậy khơi tình nồng
Đọng lay cỏ biếc bềnh bồng
Ngất ngây bờ mắt đượm hồng môi ngoan

Từ đêm hồn lạc non ngàn
Nụ yêu hé mở mộng tràn giấc Xuân
Ngọt thơm hơi ấm thật gần
Trinh nguyên hờ hững... nhẹ lần vực mơ...!

04.12.2018

LẠC

Lạc rồi
một giấc mơ hoa
Xót xa riêng nỗi... nhạt nhòa hương yêu

Lạc rơi
giọt nắng Thu chiều
Hắt hiu vàng võ liêu xiêu bóng đời

Lạc câu ân ái nửa vời
Môi khô héo rũ khát lời yêu xưa

Lạc tình
sóng vỗ xa đưa
Bờ hoang cát trải hồn vừa rêu phong

Lạc say
men đắng lạnh lòng
Chung tràn chén vỡ... tay hong nụ sầu…!

18.12.2018

SỢI YÊU

Trói nhau bằng một sợi yêu
Đau thương... hạnh phúc... phiêu diêu cuộc trần
Say tròn giấc mộng phù vân...
Tỉnh... mê... điệu khúc ái ân tình trường...

13.12.2018

PHIÊU NHIỀU CHIỀU LIÊU XIÊU...

Lặng lẽ đường trần gót bạc PHIÊU
Bơ vơ kiếp tục xót xa NHIỀU
Ru hồn lạc mộng khi hừng sáng
Dỗ giấc hoang mơ buổi xế CHIỀU
Khúc điệu ai bi niềm quạnh quẽ
Cung trầm ảo não nỗi cô LIÊU
Men cay giọt đắng chôn sầu tủi
Lối nhỏ đêm tàn chậm bước XIÊU...

13.12.2018

PHƠI

Trăng phơi
vóc ngọc đêm ngà
Tỏ vừa dáng liễu
la đà phất phơ
Hương đưa
hồn lạc cõi mơ
Nụ tình hé mở
hững hờ làn mây

Bàn tay
vụng vội tình say
Men yêu thấm đượm
môi cay giọt đời
Bồng loan
sóng nhấp nhô mời
Loay hoay thuyền nhỏ
chơi vơi giữa dòng

Tơ mềm
rối sợi long đong
Xe bao chỉ thắm
kết vòng ái ân
Trải hong
manh chiếu phù vân
Sao Khuê lấp ló...
dải Ngân thẹn thùng...!

20.12.2018

HƯƠNG NGUYỀN

Cỏ êm
thơm giấc mộng đời
Trinh nguyên tỏa sắc
dậy khơi vóc ngà
Nụ yêu khép nép đài hoa
Nửa hờ hững đợi... nửa xa vắng chờ

Bồng lai
Nguyệt cảnh hồn mơ
Ru say cánh Điệp
vương tơ động tình
Sóng lay thuyền nhỏ chênh vênh
Chập chùng biển ái phủ ghềnh rêu xanh

Môi kiêu
nếm giọt sương lành
Tay ngoan vụng vội
vén mành tóc tiên
Lạc trôi suối mắt nhung huyền
Rã rời quấn quyện hương nguyền cung mây...

23.12.2018

MÊ...

Xích xiềng
trói chặt miền yêu
Ưu tư quấn quyện
cô liêu nỗi sầu
Tay đan
một sợi tình đau
Đông tràn tuyết phủ
úa nhàu cõi mơ

Vùi say
trong giấc mộng hờ
Men cay thấm đượm
câu thơ nhạt nhòa
Trăng tàn
trống điểm tình xa
Ngẩn ngơ chiếc bóng...
mình ta lặng về...

Biển đời sóng cuộn lê thê
Chông chênh bến lạc... u mê cuộc trần...

27.12.2018

VỌNG

Lạc cánh thiên di não mộng thường
Bên trời cách biệt đượm sầu thương
Chờ ai mấy thuở tình luôn vẹn
Đợi bạn bao ngày ái mãi đong
Viễn xứ sương mờ tâm vọng tưởng
Quê nhà gió lạnh dạ hoài vương
Mơ đêm nguyệt cảnh xuân hồng luyến
Ngọt kiếp Liêu trai thỏa giấc trường.

29.12.2018

NGUYỆT

Nguyệt lạnh canh tàn đọng áng thơ
Nguyệt xa dõi mắt dạ mong chờ
Nguyệt hờn bóng lẻ đêm im nhớ
Nguyệt giận cô phòng sớm lặng mơ
Nguyệt chiếu ngàn phương khoe dáng rỡ
Nguyệt soi vạn kỷ xóa sương mờ
Nguyệt tràn lối mộng men nồng thở
Nguyệt rót hương yêu ngập bến bờ...

31.12.2018

XUÂN LAY

Từ đêm
lụa vén trăng phơi
Ngẩn ngơ muôn ánh sao rơi rụng hồn
Đồi mơ suối mộng dập dồn
Phất phơ cỏ biếc mơn mơn dải đào

Thi nhân
bút ngả, nghiên chao
Trắc Bằng buông thả ngọt ngào giấc say
Mực trào tuyết rã hương bay
Đông rơi bể cạn... Xuân lay cõi nồng...

01.01.2019

Hình tác giả chụp

...VỀ

Anh về...
xem lại bút nghiên
Em về...
hong tóc bên triền đồi mơ
Xuân về...
vẩy mực đề thơ
Môi về...
ươm nụ tình chờ hương trinh
Gió về...
run rẩy bóng hình
Mùa về...
xao xuyến chông chênh trắc bằng
Trời về...
e thẹn khuôn trăng
Mình về...
sót lại bóng Hằng... đêm rơi.

27.01.2019

GIỌT ĐẮNG CÀ PHÊ...

Môi hồng
đượm giọt vô ưu
Nhấp ly đắng dạ luyến lưu giấc nồng
Lạc rơi...
hồn gởi mênh mông
Đồi mơ suối mộng bềnh bồng cuộc yêu...

Chạm vừa...
ngọc sứ mỹ miều
Khép đôi khuôn bích phiêu phiêu tục trần
Hương tràn
ngập đỉnh phù vân
Cạn chung đôi lứa... thơm ngần... cà phê...!

30.01.2019

XUÂN TÌNH

Xuân tình...
đưa cõi mộng say
Ngọt thơm môi chín đọa đày hồn yêu

Men cay...
thấm đượm hương chiều
Trải bờ nhung nhớ liêu xiêu gót trần

Câu thơ...
lạc lối phù vân
Ngẩn ngơ khoé mắt xanh ngần trời mơ

Gió xuân...
ru khúc đợi chờ
Sao khuya bẽn lẽn thẹn thò giấc ngoan...

04.02.2019

NGẠO

Lạnh bước phong sương giữa kiếp đời
Thơ bầu rượu túi ngạo tình vơi
Gương nga chẳng úa... tràn hương lộng
Bóng nguyệt không phai...thắm mộng hời
Ngẩng mặt... môi cười, sầu rạn vỡ
Nghiêng hồn... mắt liếc, não buông rơi
Tìm vui nuốt đắng nào vương lụy
Dạo chốn nhân gian hết cuộc người!

12.02.2019

DÁNG XUÂN

Bối rối tâm tình trước cảnh xuân...
Kìa khoe dáng ngọc dạ bần thần
Lung linh bóng nguyệt hồ phơi sắc
Lộng lẫy gương nga núi trải ngần
Cỏ biếc ngời xanh vương gót tục
Đồi mơ trắng nõn quyện vai trần
Nhung huyền suối tóc ru hồn mộng
Bối rối tâm tình trước cảnh xuân.

15.02.2019

GỌI TÌNH...

Gió khuya
vén giấc gọi tình
Khơi ân dậy ái bồng bềnh hồn thơ

Gieo câu
lục bát đợi chờ
Mon men hơi thở quyện bờ môi ngoan

Đồi mơ suối mộng hương tràn
Vân vê cỏ biếc mơn man đỉnh hồng

Trăng ngà
e thẹn bên song
Mây mưa ru nhẹ giấc nồng...
Đêm say...!

21.02.2019

GỌI NẮNG

Ta gọi nắng...
xuân về lay giấc muộn
Ánh mai tràn sắc nhuộm thắm ngàn nơi
Giọt sương khuya còn đọng chẳng chịu rời
Hoa hé nở im phơi chờ nhịp sống

Ta gọi nắng...
lung linh vào cơn mộng
Gió heo may nhẹ vướng mắt nhung huyền
Ru hồn chìm trong hơi ấm bình yên
Ngơ ngẩn lạc bên triền mơ dốc ái

Ta gọi nắng...
đem dấu yêu trở lại
Môi gầy thôi hết mãi những chờ mong
Sợi tình đan quyện quấn suối mây bồng
Bình minh rạng...
xuân nồng len lén...
Gọi!

23.02.2019

NỤ XUÂN

Từ hoa nhụy thấm hương trào
Nghe mùa phơi phới ngọt ngào nụ yêu
Xuân lay hờ hững dáng kiều
Đưa hồn lãng tử bạc phiêu giấc trần

Từ mây lạc đỉnh phù vân
Chênh vênh cõi tục tay lần hư không
Đồi mơ suối mộng bềnh bồng
Say bờ ân ái mênh mông sóng tình

Từ sương đượm ánh bình minh
Thắm vờn cỏ biếc lung linh giọt đời
Vuốt ve sợi ái... chơi vơi
Thẹn thùng... nắng nhạt chìm rơi... hôn hoàng!

04.03.2019

SAY ĐI...

Say
đi anh
cạn chén sầu
Ru đông tuyết lạnh ươm màu xót xa
Đời gieo
nghiệt ngã phong ba
Phù du kiếp tục ta bà cõi mơ

Say
đi anh
giấc mộng hờ
Quên bao cay đắng nhuộm bờ môi yêu
Tàn đêm
bóng ngả
đường xiêu
Ngõ hồn hoang phế... bạc phiêu gót trần...!

15.03.2019

NỮA... THÔI

Thôi đi anh...
Khúc ru hời
Ngập miền nhung nhớ... đầy trời đam mê!
Từ từ...
Chậm chậm...
Tê tê...
Nụ tình rực cháy... nẻo về lâng lâng...

Nữa đi em...
Buổi phong trần
Cho câu ân ái thêm phần đắm say
Nhẹ nhàng...
Hổn hển...
Liêu trai
Thui đêm thành bụi thiên thai..
Chúng mình!

Thôi đi anh...
Sớm bình minh
Giấc tàn...
Trăng vỡ...
Chông chênh sóng lòng
Mực trào...
Bút ngả...
Tình đong...
Dâng vừa miền ái bềnh bồng cõi yêu...

Ngại chi em...
Chiếc yếm điều
Đêm dần về sáng bao nhiêu cho vừa
Môi giòn...
Gió khẽ...
Sao thưa...
Hai miền ngửa sấp thôi vừa đi em.

30.03.2019 / Thanh Trước - Nghĩa Lê

Ừ... CỨ VẬY

Ừ cứ vậy... lâng lâng vòm cỏ biếc
Địa đàng ru da diết mắt mi ngoan
Nhịp tim yêu dồn dập cuộn sóng tràn
Tay hờ hững mơn man khuôn ngọc bích

Đêm trần tục không gian chừ tĩnh mịch
Gió giận hờn im thin thít lắng nghe
Nhẹ nhàng đâu khe khẽ tiếng vuốt ve
Hơi thở ấm vân vê môi mọng hé

Ngọt thơm ngát hương trinh nguyên vừa vẻ
Ngất nụ yêu tràn dâng kẻ suối tình
Trăng thẹn thùng lẩn trốn buổi bình minh
Say chếnh choáng lênh đênh vai má tựa

Ừ cứ vậy... mặc cho đời sắp ngửa
Giấc Liêu Trai vụng vừa gối chăn nhàu
Quyện mình rơi hòa nhịp sóng lao đao
Đêm cạn giấc... hồn chênh chao ngỡ mộng...

31.03.2019

DÁNG XUÂN

Ngực xuân
vừa đủ một trăng
Mơ tiên dáng ngọc
dùng dằng thi nhân
Cởi lần
manh áo phù vân
Gió đưa đẩy gió...
mưa ngần ngại mưa

Nhẹ thôi...
len cánh tay lùa
Dập dìu ngõ mộng
bờ khua sóng trào
Chiêm bao...
sắp ngửa chiêm bao
Nghe lời cổ tích
thều thào ướt môi

Rung rung...
tim nhịp bồi hồi
Say hương nụ cấm
rụng rời bút nghiên...
Rèm buông
bóng ngả bên triền
Lao xao cỏ biếc
ngọt miền bồng loan...

01.04.2019

Nghĩa Lê - Thanh Trước - Trúc Hàn

ƯỚT... MƯA

Trời mưa cho ướt áo nàng
Hong tình ấm lại vai chàng kề vai

Ướt luôn trâm lược em cài
Xõa tung bờ tóc mây bay dạt dào

Ướt môi nụ thắm vừa trao
Ướt vừa đỉnh ngọc... hương trào ngất say

Bàn tay vụng vội bàn tay
Gieo mưa gọi gió lất lay cuộc trần...

05.04.2019

ĐÊM KHÁT...

Đêm...
Khát mộng...
Yêu tràn ngập tối
Ngõ hồn về ru lối Liêu Trai
Tóc mây tơ quấn quyện bờ vai
Trói thật chặt tim ai rực lửa

Đêm...
Say đắm...
Ngọt ngào câu hứa
Giọt hương tình đọng nửa vành môi
Ngập ngừng rơi... khe khẽ gọi mời
Bờ vực ái chơi vơi cõi tục...

11.04.2019

ĐÊM RỰC...

Đêm...
da diết
trăng phơi lụa vén
Gió thẹn thùng len lén bên song
Dậy hương yêu cuồn cuộn sóng lòng
Say ngây ngất men nồng nụ ái

Đêm...
khao khát
bồng bềnh hoang dại
Quyện buồng tim vụng trải giấc đời
Ngõ yêu thương rực ngưỡng tình cơi
Oằn canh mỏng hồn lơi lả đắm

Đêm...
buông thả
môi ngoan vị đậm
Mắt đưa hờn...vực thẳm miền rêu
Tay mơn man khuôn ngọc đỉnh chiều
Tìm vội vã non kiêu suối biếc

Đêm...
hực lửa...
mực trào rên siết
Dấu mi tràn tha thiết vườn loan
Gối liêu trai động tiếng tơ tràn
Cung trầm bổng miên man cõi tục...

12.04.2019
Thanh Trước - Trúc Hàn

NHỚ

Nhớ ai
thơ thẩn
đường chiều
Phố xưa quạnh vắng...
hoang liêu gót trần!

Nhớ ai
sầu phím đàn ngân
Cung thương hờ hững...
đọng ngần vấn vương!

Nhớ ai
khắc khoải
đêm trường
Gió ru giấc vỡ...
mộng thường vụt bay

Nhớ ai
cạn chén men cay
Môi mềm rượu nhạt...
hồn say lạc hồn...!

14.04.2019

SẮC XUÂN

Rạng nắng lung linh đượm ánh hồng
Xuân về xóa tuyết lạnh trời đông
Hoa cười tỏa sắc đùa sương mỏng
Cá lội khoe màu giỡn nước trong
Rộn rã hồn thơ tràn nhịp sống
Miên man ý nhạc ngát hương lòng
Mây chiều lãng đãng ru tình đọng
Xoãi cánh thiên di... mộng ái nồng.

16.04.2019

CẠN ANH NHÉ...

Cạn anh nhé...
chung đời nhiều cay đắng
Xót cuộc tình khi sớm nắng chiều mưa
Dấu yêu phai... còn đọng chút hương thừa
Nghe giọt lệ theo cơn mưa chiều đổ

Cạn anh nhé...
chén ái ân vụn vỡ
Xua mộng về bỡ ngỡ gối chăn hờn
Thèm vòng tay... khao khát một môi hôn
Mơ hơi thở ngọt mơn bờ tóc rối

Cạn anh nhé...
cơn mê bừng dậy trỗi
Oằn oại tim côi nỗi nhớ tràn đầy
Rượu vơi... chung cạn... nhớ mãi khôn khuây
Hồn chếnh choáng lất lây miền ký ức

Cạn anh nhé...
men cay hòa bút mực
Dòng thơ sầu ray rứt vọng người xa
Bước chân hoang vùi sỏi đá nhạt nhòa
Đêm cô tịch... tình ta rêu phong phủ...

17.04.2019

TRIỀN YÊU...

Đêm...
Bão nổi...
Dập dồn hơi thở
Sóng tình xua nỗi nhớ đi hoang
Môi tìm môi ru giấc địa đàng
Vườn yêu đượm lổ loang dấu ái

Đêm...
Hấp hối...
Vực sâu cỏ dại
Tim lất lây rung mãi nhịp đồng
Bờ suối trào hương ngất ngây đong
Đưa hồn lạc... tử vong triền mộng...!

24.04.2019

MỘNG TÌNH

Trăng khuya...
phơi mảnh tình non
Trinh nguyên vụng dại... ru mòn gối chăn
Môi hôn
đượm nét son hằn
Thắm hoà hơi thở vọng ngân giấc đời

Bờ lay...
mấy giọt nồng rơi
Nghiêng vai dỗ mộng gọi mời ái yêu
Rèm xua
bóng ngả đỉnh chiều
Say vùi ngõ tục... phiêu diêu lối trần...

24.04.2019

SAY... ĐÊM

Say đêm...
giấc ngủ chẳng tròn
Kiếp đời dâu bể héo mòn bờ môi

Say đêm...
mộng vỡ trăng rơi
Nụ yêu sầu úa tả tơi cuộc tình

Say đêm...
tàn giữa bình minh
Giọt trần tan tác lạc hình bóng xưa

Say đêm...
đọng chút hương thừa
Rót tràn chén đắng cạn vừa xót xa...!

25.04.2019

CHIỀU SAY

Rượu vơi... chung cạn... lòng sầu
Sầu ru mộng vỡ... úa nhàu hương yêu
Yêu xưa lạc áng mây chiều
Chiều say nỗi nhớ... bạc phiêu tình trần
Trần ai một kiếp long đong
Đong vừa chén đắng giọt nồng giấc đơn
Đơn côi quấn quyện môi hờn
Hờn duyên... vùi ái... lấp cơn mê đời!

01.05.2019

Hình từ internet

UỐNG ĐI

Trăng tàn
bóng ngả hồn lay
Chung vơi...
chén cạn...
quắt quay mộng hời
Liêu xiêu
nhịp bước rã rời
Tỉnh mê lạc lối dốc đời xót xa...

Một nửa người...
Một nửa ta...
Uống đi!
Quên cuộc ta bà thế nhân
Vui say...
ảo ảnh phù vân
Mai kia rũ gánh phong trần...
Cười vang!

06.05.2019

TỈNH... SAY

Tỉnh say...
một giấc hồng trần
Men cay...
Chén đắng...
đọng ngần xót xa
Phù du...
Ảo mộng...
âu là
Còn chăng trống vắng
mình ta... bước đời!

06.05.2019

PHIÊU

Tím thẫm hoàng hôn đượm ráng chiều
Ru hồn khắc khoải giấc cô liêu
Triều dâng sóng vỗ thuyền chao lái
Nước cuộn bờ reo bến lạc kiều
Xoãi cánh chim bay đồi gió lộng
Tung trời nhạn lạc đỉnh non kiêu
Ưu tư quấn quyện hòa men đắng
Lãng tử quên đời... dỗ mộng phiêu.

15.05.2019

CẠN

Men cay...
Rượu cạn...
Tình đau...
Lỡ câu ân ái nát nhàu nụ yêu

Mộng tàn...
Chén vỡ...
Hồn phiêu...
Say đời hoang phế... liêu xiêu gót trần!

17.05.2019

TUỒNG ĐỜI

Cuộc trần lắm nỗi bi hài
Dở cười... dở khóc... tuồng... hay thói đời?!
Màn buông... đào kép im hơi
Canh tàn... trăng khuất... lòng người trắng đen?

Lợi danh sân khấu đua chen
Kịch trường thắng bại... sang hèn khó phân
Kẻ tám lạng... người nửa cân
Được: vua, thua: giặc... vinh thân, bại tàn!

Phù du cát bụi mờ tan
Đời trôi, tuồng kết... tiệc bàn... Ta say!

22.05.2019

MƯA HẠ

Cơn mưa hạ...
Giọt buồn rơi thổn thức
Rớt ven đường màu ký ức xanh rêu
Ướt bờ vai cô lạnh xót xa chiều
Môi run rẩy... đâu nụ yêu ngọt ấm

Cơn mưa hạ...
Đong sầu đôi mắt thẳm
Lệ không rơi... không rướm đẫm mi hờn
Cuộc tình tàn bên xác phượng vùi chôn
Loang loáng đỏ nhuộm hoàng hôn vừa chết

Cơn mưa hạ...
Lầy đôi chân thấm mệt
Con dốc đời lê lết bước hoang liêu
Chén men nồng... nhấp cạn... ngẩng hồn kiêu
Mênh mông trải... bạc phiêu trời quên lãng...

Cơn mưa hạ...

27.05.2019

TỈNH MÊ

Non xanh nước biếc còn trơ
Chiều rơi nắng tắt... bơ vơ nẻo về
Men cay giọt đắng ủ ê
Phù sinh kiếp bạc tỉnh mê cuộc người...

28.05.2019

HOANG MƠ

Chén đời...
mặn đắng bờ môi
Cạn chung xa xót
lặng rơi ngẩn sầu
Vô thường...
Cát bụi...
Về đâu?
Dấu yêu một thuở
bóng câu mịt mù

Say men trần thế...
Hồn ru...
Ngạo cười kiếp tục
thiên thu nhạt nhòa
Bạc phiêu...
trong cõi ta bà
Tỉnh mê... một giấc
mãi là hoang mơ...!

03.06.2019

NGẪM

Cạn chén men cay ngẫm sự đời
Ân tình ái nghĩa chuyện đầy vơi
Thênh thang viễn cảnh tâm nào với
Lộng lẫy thiên đường dạ ấy rơi
Ảo tiếng vây chào bao kẻ đợi
Hư danh vẫy đón lắm người mời
Vui cười bước nhẹ hồn phơi phới
Ngạo thế ta say giữa đất trời.

07.06.2019

CUỘC CHƠI

Mãn kiếp bình yên giữa đất trời
Cho dù bão tố dậy muôn nơi
An tâm chẳng lụy ưu phiền cởi
Sáng dạ không mờ tủi hận vơi
Rượu cạn vài chung say mộng khởi
Thơ ngâm mấy chữ ngạo tình hời
Hư danh ảo lộc đâu buồn với
Cát bụi mai về... hết cuộc chơi!

07.06.2019

DẠ KHÚC

Trăng non...
cởi áo phù vân
Phơi đêm dáng nguyệt
dậy ngần đỉnh cao
Long lanh...
giọt biếc nụ đào
Ru hồn lữ khách
chiêm bao giấc đời

Dập dồn...
sóng vỗ trùng khơi
Chênh chao bể ái...
chơi vơi thuyền tình
Mây mưa...
ướt đẫm bình minh
Đượm tràn hương nhụy
sắc hình Liêu Trai...

11.06.2019

XÓT...

Vỡ giấc mơ yêu nát mộng thường
Chôn vùi ái nghĩa xoá niềm thương
Mây trôi nước chảy mờ phương hướng
Nguyệt khuyết sao băng quạnh lối đường
Nhạc khúc chơi vơi hồn mãi tưởng...
Thi từ lạc lõng dạ hoài vương...
Ưu tư quấn quyện tâm sầu vướng
Nốc cạn men cay... xót cuộc trường!

12.06.2019

CUỘC THƯ HÙNG

Kế sách an bài chẳng lậu hơ...
Lăm le chú CHỐT định công bờ
Hào sâu vực thẳm dương nòng PHÁO
Ngõ kín đồi cao phất ngọn cờ
Ngạo nghễ chàng XA mong thắng trận
Ngang tàng chị MÃ đoạt tiên cơ
Hoàng cung SĨ TƯỢNG lơi phòng thủ
Rã cuộc thư hùng lão TƯỚNG... đơ.

13.06.2019

KHÔNG ĐỀ...

Bài TÌNH KHÚC CHO EM còn vang vọng
Giọt THU SẦU trĩu đọng thấm bờ vai
Dấu yêu xưa giờ RU GIẤC TÀN PHAI
Nghe mặn đắng ƯỚT MI hoài nhung nhớ

XIN CÒN GỌI TÊN NHAU qua nhịp thở
MỘT MÌNH ta trăn trở giữa lòng đêm
Tiếng cố nhân TAN TÁC nhạt môi mềm
Vương vấn mãi... xót thêm trời DĨ VÃNG

Câu ái nghĩa theo DÒNG SÔNG LƠ ĐÃNG
TIẾC THƯƠNG gì cũng tựa áng mây bay
Chung rượu nồng chưa uống đã vội SAY
TÌNH chẳng trọn... men cay tràn chén vỡ...!

14.06.2019

* chữ viết hoa là tựa đề của bài hát

RƠI...

Rơi em...
một mảnh khăn hồng
Rơi anh...
manh chiếu còn nồng mùi hương
Ta rơi...
trọn giấc mộng thường
Tình rơi...
lạc cõi miên trường.
Tình say!

15.06.2019

MỘNG RƠI...

Mộng rơi...
gối lệch chăn nhàu

Tay rơi...
vụng vội tìm nhau...
Tay hờn!

Môi rơi...
chìm đắm môi hôn

Ta rơi...
vực ái... lạc hồn!
Liêu Trai...

18.06.2019

CHIỀU RƠI

Chiều rơi...
sót sợi nắng vàng
Bâng khuâng giọt nhớ... khẽ khàng niềm đau
Hương yêu ngày cũ phai màu
Vấn vương điệu ái xuyến xao tấc lòng

Chiều rơi...
dõi mắt xa trông
Lẻ loi cánh nhạn... thuyền không bến chờ
Bờ xa sỏi đá chơ vơ
Rêu phong phủ kín sương mờ lối xưa

Chiều rơi...
nhạc xót xa vừa
Ru cung phím lỡ... đêm thưa giấc gầy
Men nồng chưa uống vội say
Chén đời chuốc cạn đắng cay cuộc người

Chiều rơi... nắng tắt... chiều rơi...!

19.06.2019

ĐÊM SAY...

Đêm say...
rượu cạn môi mềm
Hồn vương ngõ mộng
mặn chêm mi sầu
Giọt đời...
thấm cuộc bể dâu
Lạc trôi ân ái... úa nhàu nụ yêu

Đêm say...
tràn nỗi cô liêu
Tay ôm trống vắng
bạc phiêu gót trần
Sương mờ...
lạnh lối phù vân
Quyện hoà hơi thở...
dậy ngần xót xa

Đêm say...
chén đắng vỡ òa
Nát câu lục bát
lệ nhòa vần thơ
Đường thi
lỗi nhịp bơ vơ
Khóc hờn duyên lỡ
tình hờ... phai phôi

Đêm say...
cung phím rã rời
Âm đưa điệu oán
ru hời mơ hoang
Trăng rơi...
thềm vắng ngỡ ngàng
Tình xưa héo rũ... võ vàng tim côi...!

27.06.2019

ẢO ẢNH

Dạ khúc Nghê Thường quyện cõi mơ
Thiên dung diễm lệ ánh sao mờ
Thanh thanh dáng ngọc hoà cung phím
Nhã nhã trang đài tạc ý thơ
Cõi thế thi nhân kề khóa đợi
Cung Nga Nguyệt nữ hé then chờ
Ru hồn ảo ảnh... trần hư thực
Tỉnh giấc Liêu Trai... vỡ mộng hờ!

25.06.2019

PHÙ VÂN

Nghê Thường dạ khúc... mộng phù vân
Ngọc nữ lơi tay vỡ chén trần
Vướng nợ ân tình mang lụy khổ
Thiên đường biệt cách lệ sầu ngân...

28.06.2019

HẠ

Hương tình nắng Hạ
Rộn rã muôn nơi
Hoa tỏa sắc ngời
Rực khơi nụ ái

Bờ yêu rộng trải
Thoai thoải triền mơ
Cánh bướm lượn lờ
Vườn thơ xanh ngát

Gió gieo khúc nhạc
Khao khát... dập dồn
Vương vấn môi hôn
Ru hồn cõi mộng

Hạ vàng ngợp bóng...

30.06.2019

ĐỨT ĐOẠN

Vùi chôn kỷ niệm cõi mê sầu
Trống vắng u hoài quyện giấc sâu
Mộng vỡ đêm tàn... chua chát giấu
Ân tình ái nghĩa nhạt lòng đau!

Quên bao hẹn ước chuốc hồn say
Trút hết men yêu cạn chén này
Ngọc nát hương tan đời bão dậy
Chung tràn lệ đắng... mắt môi cay...

Tri âm cách biệt lỡ cung đàn
Lạc điệu sai vần tiếng oán than
Héo rũ câu thơ lời đứt đoạn
Tim hờn kiếp bạc... nợ trần gian!

01.07.2019

CẠN

Lặng bước ai về lặng bước ai
Bóng đêm dài trải bóng đêm dài.
Hương tình vỡ vụn hương tình vỡ
Nụ ái phai tàn nụ ái phai
Đong lệ mắt tràn đong lệ mắt
Đếm sầu tay mỏi đếm sầu tay
Tìm quên cạn chén tìm quên... cạn
Rượu đẫm say mềm rượu đẫm say.

10.07.2019

RÓT...

Rót tràn chén... quên đời đen bạc
Câu nghĩa tình nhẽo nhạt bờ môi
Ly cay giọt đắng đọng bồi
Cạn men chua xót phai phôi cuộc trần

Rót thêm nữa... ảo chân mộng tưởng
Bụi hư vinh vất vưởng đường mê
Liêu xiêu một bóng đi... về...
Chân hoang lạc lối não nề hồn đơn

Rót cho hết... dỗi hờn hận oán
Xé niềm đau chôn vạn nỗi sầu
Phù du thế tục bể dâu
Tan theo bọt sóng vùi sâu biển đời...

18.07.2019

LẠC ĐIỆU

Say...
cung điệu lỡ
âm thừa
Đàn rơi phím vỡ
rót vừa hồn đau
Câu yêu
nhạt sắc phai màu
Vần thơ héo rũ... úa nhàu lời ru

Hạ tàn...
tiễn nắng sang Thu
Xót cơn mưa nhỏ
mộng du qua đời
Lá vàng...
từng chiếc rơi rơi
Lặng nghe nỗi nhớ rã rời...
chậm đưa

Nụ tình... lạc phấn hương xưa...

24.07.2019

Hình của Phạm Hoài Nam

MEN NỒNG

Men tình...
chuốc cạn hồn say
Mềm môi giọt đắng
sầu lay giấc nồng
Gió mùa
trăn trở bên song
Ru câu ái lỡ...
nhạc lòng hắt hiu

Men tràn...
dâng ánh tịch liêu
Ly cay trần thế
bạc phiêu dấu đời
Thuyền yêu
chìm đắm bể khơi
Lạnh bờ cát trắng
trông vời gót xưa

Men hoà... lệ ngấn... chan vừa
Hoang vu nỗi nhớ... rót thừa niềm đau...!

27.07.2019

ĐỒI XUÂN

Đêm qua...
gió lạc đường trần
Thổi tung manh chiếu...
gợi ngần sắc thơ

Đồi xuân
khoe dáng...
hững hờ
Thi nhân bút ngả...
hồn ngơ ngẩn hồn.

27.07.2019

TRIỀN MÊ

Môi ngoan...
ướp mật nồng say
Ngọt ru hơi thở
ươm dài cơn mê…

Lất lây... hồn ngất... mộng về
Lạc triền ân ái hương thề dậy khơi

Chơi vơi...
Biển sóng...
Chơi vơi...
Thuyền yêu lơi lả
Bến đời chênh chao…

Đêm thơm... nụ biếc vừa trao
Men tình ủ ấp... đọng trào miền rêu

Liêu xiêu...
Nguyệt bóng...
Liêu xiêu...!

30.07.2019

HẠ ÚA

Lá úa rơi rơi...
Nắng Hạ tàn
Mưa sầu trĩu hạt...
xót tình tan
Men cay...
Giọt đắng...
Mềm môi nhạt
Nốc cạn... hồn say...
Ngấn lệ tràn..!

02.08.2019

ÚA

Rượu chưa rót... ly rơi... bình vỡ
Chén men nồng nào khó cạn chung
Say câu nghĩa bạc... ân cùng...
Đắng môi chát miệng... xót trùng trùng vây

Tay hờ hững ôm đầy nuối tiếc
Gót phong trần biền biệt trời xa
Vui chi giữa cuộc ta bà
Lợi danh... bóng quế hồn ma... dật dờ

Rượu chưa rót... câu thơ tàn úa...!

03.08.2019

VAY

Vay nhau...
Một đóa môi hồng
Vay tròn nụ ái
ngọt đong đầy tình
Vay đời...
Một kiếp nhân sinh
Vay cơn mộng thắm
Ta - mình...
Giấc say...!

09.08.2019

CHÉN ĐỜI

Cạn ly nữa... quên đời đen bạc
Chuốc men nồng thêm chát bờ môi
Cuộc người con nước nổi trôi
Men cay vừa thấm đủ bồi niềm đau

Chung rượu nhạt... thay màu yêu ái
Câu nghĩa ân thừa thãi vội chôn
Xót xa đọng vấn vương hồn
Tủi hờn phận số lệ tuôn ngắn sầu

Rót tràn chén... đêm thâu rũ mộng
Chốn gian trần cõi trống hư vô
Say quên sự thế xô bồ
Ngạo thương kiếp tục khốc khô nhân tình...!

12.08.2019

XIN

Xin đêm...
một mảnh tình say
Lịm hồn yêu ái...
nồng lay giấc đời
Trăng ngà...
xin chớ vội rơi
Soi chăn gối lạc...
nhẹ khơi mộng thường...!

13.08.2019

ẢO

Men nồng chén đắng bạc tình trao
Rượu cạn chung vơi xót dậy trào
Nhạt tiếng yêu xưa tàn mộng điệp
Phai lời hẹn cũ úa trời sao
Đường thi lạc vận tâm rời rã
Lục bát sai vần dạ xuyến xao
Ảo ảnh Liêu Trai vùi niệm ước
Vô thường cõi trống lịm hồn đau...!

18.08.2019

CHỜ...

Từ trăng...
rớt sợi ngọc ngà
Soi đêm hương sắc...
mượt mà dáng thơ
Sương khuya...
đọng khóe mi hờ
Ru hồn giấc điệp...
mộng... chờ... môi ngoan!

22.08.2019

ƯỚT

Mưa Ngâu...
Từng giọt...
Tỉ tê
Lụa tà ướt đẫm...
lịm mê giấc đời
Đài sen mịn mượt...
Dáng phơi
Mùa qua khe khẽ
ru hời... mộng hoang!

23.08.2019

NỖI NIỀM

Hững hờ cung phím
Chết lịm lời ca
Hương yêu ngày cũ nhạt nhòa
Tim côi vụn vỡ xót xa cuộc trần

Phù vân ảo mộng
Lạc bóng chim trời
Tình như chiếc lá thu rơi
Câu thơ héo rũ bên đời quạnh hiu

Cô liêu quyện quấn
Ngơ ngẩn lòng sầu
Men cay chuốc cạn... Hồn đau!
Sương pha tóc úa bên màu thời gian

Đêm tàn... nguyệt tận...
Vương vấn nỗi niềm...

01.09.2019

ƯỚT MƯA

Mưa Thu...
ướt đẫm nụ tình
Nhẹ đưa cánh gió...
rùng mình heo may
Mộng về chất ngất men say
Ru hồn lạc cõi thiên thai giấc nồng...

02.09.2019

EM... THÁNG CHÍN

Em...
Tháng Chín...
Heo may nhè nhẹ thổi
Lá u sầu lả tả mỏi tay... buông
Nắng hong hanh đan kẽ trận mưa luồng
Nghe giá rét lạnh buồng tim khô héo

Con thuyền nhỏ xuôi dòng... chừ lạc nẻo
Sóng bấp bênh... biển réo gọi từng đêm
Dấu yêu xưa còn đọng nét môi mềm
Xua ký ức vừa chêm màu kỷ niệm

Mắt tháng Chín
Em...
Hoài mơ tìm kiếm
Bóng thời gian vời vợi chiếm hồn côi
Vết rêu phong in phủ gót chân dời
Hạ hấp hối chơi vơi cành xơ xác

Em...
Tháng Chín...
Nai tơ vàng ngơ ngác
Mộng yên bình... bờ suối mát thơm hương
Sót quanh đây vài sợi nắng phai hường
Bên cọng cỏ... vương vương mùi ân ái...

02.09.2019

HẠ TÀN

Nắng Hạ tắt...
Hàng cây buồn ngơ ngác
Gió Thu về tiễn xác lá vàng khô
Vần thơ xưa giờ chôn đáy huyệt mồ
Nghe nỗi nhớ bơ vơ... chiều vọng tưởng

Nắng Hạ tắt...
Sợi tơ vàng đọng vướng
Luyến lưu màu cánh Phượng, tiếng ve ca
Chút dư âm... kỷ niệm... đã nhạt nhòa
Tim rướm máu... xót xa hoài niệm cũ

Nắng Hạ tắt...
Cơn mưa sầu ủ rũ
Tí tách rơi ru ngủ giấc mơ yêu
Đêm Nguyệt tàn tay trống vắng cô liêu
Cạn men đắng... mộng phiêu... hồn hoang phế.

03.09.2019

GIỌT NGÂU

Giọt ngâu
hay giọt lệ tràn
Tỉ tê...
dài... ngắn...
thở than canh trường
Ai gieo
ngang trái... sầu vương
Tơ se lộn mối
Sâm Thương dỗi hờn...

Mưa về...
ướt đẫm môi hôn
Lạnh câu ân ái...
lạnh hồn hoang liêu
Mưa rơi...
tan tác nụ yêu
Tả tơi cánh bướm...
xác chiều Thu phơi...

Giọt ngâu...
tí tách... chậm... rơi...

05.09.2019

VÁ HỜ...

Gót trần...
lạc nẻo đường mây
Chân hoang rã rượi...
sầu lây lất sầu
Đêm say...
ngất ngưỡng niềm đau
Chén đời men đắng... cạn màu nghĩa ân

Duyên phai...
mộng vỡ... lệ ngần
Phù sinh kiếp bạc
xót lần lựa trôi
Vô thường...
cõi trống tình vơi
Về thôi... sỏi đá im phơi bóng tà

Liêu Trai...
một giấc mơ hoa
Giọt trần ai đổ...
nhạt nhoà hồn thơ
Vấn vương nụ ái phai mờ
Nhặt về ký ức... vá hờ đêm hoang...!

08.09.2019

TRUNG THU

Vén trăng...
thắp ngọn nến tình
Đêm mây mẩy cảnh trở mình canh son
Chị Hằng vành vạnh căng tròn
Khuôn mây lồng lộng thon thon ánh đèn

Gió vờn...
giả bộ làm quen
Đẩy đưa dáng ngọc tìm then khai đề
Nghê thường trỗi nhạc đê mê
Trung thu nguyệt tỏa... mình về... múa lân...

09.09.2019

GIẤC SẦU

Từ khi...
gót hạ phai màu
Xác xơ cành biếc...
úa nhàu nụ yêu
Thu về... đọng nỗi cô liêu
Vườn xưa nhạt sắc rong rêu dấu hài

Gió ru...
điệu nhớ miệt mài
Hong hanh sợi nắng
u hoài chậm rơi
Hoàng hôn tím phủ chân trời
Khẽ khàng cánh lá... nhẹ phơi giấc sầu...

10.09.2019

Hình từ Internet

ĐÊM... TRỞ GIẤC

Đêm... trở giấc...
hồn chìm dĩ vãng
Cuộc tình nào tựa thoáng mây trôi
Chợt nghe xao xuyến bồi hồi
Khát vòng tay ấm... khát môi ngọt mềm

Gió khuya nhẹ lòn chêm nỗi nhớ
Chăn gối nồng hơi thở hương xưa
Xót xa... ký ức dâng vừa
Dư âm... kỷ niệm lặng đưa ngắn sầu

Đêm... trở giấc...
giọt ngâu tí tách
Nửa ngậm ngùi... nửa trách tình phai
Tỉ tê từng giọt ngắn dài
Ru cơn mộng lỡ... u hoài lời thơ...

11.09.2019

TA... MÌNH...

Từ đêm...
giọt biếc sương tan
Gió mơn tóc rối
vương ngàn sợi yêu
Ta về...
hong mảnh lụa điều
Nhẹ nghe hơi ấm
phiêu phiêu cõi tình

Từ đêm...
bóng quyện bên hình
Đèn khuya giận dỗi...
bỏ mình với ta
Mình về...
dáng nhỏ thướt tha
Ngọt thơm hương phấn
đậm đà môi ngoan...

Từ ta... mình... phím tơ đan...

13.09.2019

BIỆT

Ưu tư ngất ngưởng bóng đêm sầu
Quạnh vắng canh trường trở giấc sâu
Kỷ niệm hằn in không nhạt sắc
Niềm riêng đậm khắc chẳng phai màu
Vô tình ngọn sóng chia duyên vội
Nghiệt ngã dòng đời xóa nghĩa mau
Cánh nhạn bơ vơ miền viễn xứ
Tri âm cách biệt khổ tâm nhàu...

16.09.2019

NGUYỆT CẢNH

Nguyệt cảnh lung linh tỏa sắc ngời
Đêm hồn lạc mộng giấc trần phơi
Nguy nga Quảng điện không đành bước
Lộng lẫy Hằng cung chẳng nỡ dời
Yến tiệc Thiên Bồng dâng rượu quý
Bàn đào Ngọc Nữ kính hoa tươi
Minh Hoàng một phút say tiên cảnh
Vạn thuở lưu truyền hậu thế chơi.

18.09.2019

NHỊP THU

Nhịp Thu...
chầm chậm... bước...
Lá xanh mượt thay màu
Gieo nỗi nhớ đậm sâu
Mây giăng sầu mi mắt

Sợi nắng vàng héo hắt
Hoa cánh nhạt phai hồng
Héo rũ giữa mênh mông
Giọt hư không nhẹ rớt

Gió heo may hời hợt
Ru điệu xót thương đời
Hồn lạc lõng chơi vơi
Cung trầm khơi biệt khúc

Nhịp Thu...
chầm chậm... bước...

18.09.2019

TRÔNG... (2)

Nụ tình... lạc...
Phấn hương bay
Gieo câu nhung nhớ...
miệt mài tháng năm
Song thưa...
lẻn ánh trăng rằm
Soi chăn gối lẻ... lạnh căm giấc đời

Nguyệt cầm...
vắng tiếng chơi vơi
Âm sai...
Điệu lỡ...
rã rời phím cung
Người đi sương gió muôn trùng
Bước chân phiêu lãng mịt mùng khói mây

Ta về...
cạn chén men cay
Ru cơn mộng vỡ
sầu lay nặng sầu
Thu tràn...
đẫm giọt tình ngâu
Nhẹ rơi tí tách... bạc màu ái ân...

Trông vời hình bóng cố nhân...

17.09.2019

LỠ NHỊP

Đêm rơi...
sợi nhớ bềnh bồng
Kết đan ngàn mối...
mênh mông quyện hồn
Nụ tình vương vấn môi hôn
Xót xa sầu úa mỏi mòn tháng năm

Gió mùa...
heo hút lạnh căm
Thềm xưa hoang phế
gót trầm bạc phiêu...
Mộng đời rã giấc... cô liêu
Nhạt phai hương phấn ái yêu lụn tàn

Đàn rơi...
cung phím thở than...
Lời ca ai oán... ru tràn khói sương
Bơ vơ... cõi trống vô thường
Nhịp trần lỡ bước... miên trường lặng say...

20.09.2019

PHAI

Ta về...
đong giọt trần rơi
Chắt chiu niềm nhớ...
nồng khơi chén sầu

Mộng đời...
nghiêng ngả vì đâu
Chút hương xưa cũng
úa nhàu... phôi pha

Ta về...
đong nỗi xót xa
Vàng theo cánh lá
thu là lượn bay

Lạc trôi...
vạt nắng... chiều phai...

23.09.2019

LẠC

Giọt trần...
đọng chút hoang liêu
Sầu rơi...
theo cánh gió chiều...
Vụt bay
Thu về...
ru giấc tàn phai
Gót đời mỏi mệt...
lạc loài... cuộc yêu...

23.09.2019

RƯỢU ĐỜI

Rượu đời chén cạn... hồn say
Chân nghiêng... bước ngả... trời quay... đất cuồng
Nghĩa nhân đổi áo... se suông
Bạn... thù... sân khấu vai tuồng khó phân

Nào ta vui cuộc phong trần
Lợi danh... mua bán... ảo chân... kệ đời!
Này anh... kia chị... đây tôi
Oán... ân... tráo trở, lỗ lời... hơn thua?

Rót đi... tràn chén ganh đua
Vị hương chát đắng ngập vừa cõi mê
Tàn đêm... trống vắng... ê chề...
Men cay... bình vỡ... lối về chông chênh…

Câu vần... lạc nẻo... buồn tênh...!

24.09.2019

HẮT HIU

Hạ tàn...
nắng ngủ trên lưng
Hắt hiu nỗi nhớ...
ngập ngừng giấc đơn...
Đường xưa...
Xác phượng...
dỗi hờn...
Rêu phong thềm cũ
vùi chôn mộng sầu...

25.09.2019

HONG

Em về...
hong sợi xuân thì
Phơi trăng vừa chín
tròn ghi giấc nồng
Gió reo...
Đồi gió...
mênh mông
Êm ru cỏ biếc...
hương nồng nàn khơi.

26.09.2019

Mục lục

- Tựa 7
- Nghe... 13
- Tóc mây 14
- Lạc hồn 15
- Túy ca 16
- Tan tác 17
- Bạc phiêu 18
- Nắng 19
- Mưa 20
- Đối ẩm 21
- Mộng đêm hè 22
- Say... 23
- Trông 24
- Đong đầy 27
- Trần 28
- Men sầu 29
- Nhạt 30
- Người say 31
- Giấc trần 32
- Lạc mơ 34
- Men nồng 35
- Mãi vẹn 36
- Ru... 37
- Mộng lạc 38
- Cạn chung 39
- Ngạo 40
- Kiều duyên 41
- Từ 42
- Lạc 43
- Sợi yêu 44
- Phiêu nhiều chiều liêu xiêu... 45
- Phơi 46
- Hương nguyền 48
- Mê... 49
- Vọng 50
- Nguyệt 51
- Xuân lay 52
- ... Về 54
- Giọt đắng cà phê... 56
- Xuân tình 57
- Ngạo 58
- Dáng xuân 59
- Gọi tình... 60
- Gọi nắng 61
- Nụ xuân 62
- Say đi... 63
- Nữa... Thôi 64
- Ừ... Cứ vậy 66
- Dáng xuân 67
- Ướt... Mưa 68
- Đêm khát... 69
- Đêm rực... 70
- Nhớ 72
- Sắc xuân 73
- Cạn anh nhé... 74
- Triền yêu... 75
- Mộng tình 76
- Say... Đêm 77
- Chiều say 78
- Uống đi 81
- Tỉnh... Say 82
- Phiêu 83
- Cạn 84
- Tuổng đời 85
- Mưa hạ 86
- Tỉnh mê 87
- Hoang mơ 88
- Ngắm 89
- Cuộc chơi 90
- Dạ khúc 91
- Xót... 92
- Cuộc thư hùng 93
- Không đề... 94
- Rơi... 95
- Mộng rơi... 96
- Chiều rơi 97
- Đêm say... 98
- Ảo ảnh 100
- Phù vân 101
- Hạ 102
- Đứt đoạn 103
- Cạn 104
- Rót... 105
- Lạc điệu 106
- Men nồng 109
- Đổi xuân 110
- Triền mê 111
- Hạ úa 112
- Úa 113
- Vay 114
- Chén đời 115
- Xin 116
- Ảo 117
- Chờ... 118
- Ướt 119
- Nỗi niềm 120
- Ướt mưa 121
- Em... Tháng chín 122
- Hạ tàn 123
- Giọt ngâu 124
- Vá hờ... 125
- Trung thu 126
- Giấc sầu 128
- Đêm... Trở giấc 131
- Ta... Mình... 132
- Biệt 133
- Nguyệt cảnh 134
- Nhịp thu 135
- Trông... (2) 136
- Lỡ nhịp 138
- Phai 139
- Lạc 140
- Rượu đời 141
- Hắt hiu 142
- Hong 143

Liên lạc Tác giả
TT.Thanh Trước
titi.dang@t-online.de

Liên lạc Nhà xuất bản
Nhân Ảnh
han.le3359@gmail.com
(408) 722-5626

www.ingramcontent.com/pod-product-compliance
Lightning Source LLC
Chambersburg PA
CBHW060400080526
44583CB00012B/406